सच्चाई वेद
సత్యం పై వేదం
VEDA ON TRUTH
From God's Own Words

TIRUMALA NITESH SOMA

INDIA · SINGAPORE · MALAYSIA

लोग को समर्पित

మనుష్యలకు అంకితం

DEDICATED TO PEOPLE

ब्रह्म, शिव सत्य साक्षात्कार से

[బ్రహ్మ, శివ సత్య సాక్షాత్కారంతో

WITH BRAHM'S, SHIV'S SATYA SAKSHATKARA

WITH VISHN'S SATYA SAKSHATKARA

पुस्तक रचना रामय मे, विष्णु ने गुरुके तरह,
और वूनके कृपा से

పుస్తకం రచించేటప్పుడు,
విష్ణు గురువులా మరియు వారి కృపతో

WHILE WRITING THIS BOOK,
VISHN AS GURU AND HIS GRACE

इनमे लिखे सो हर एक पद दैव ने स्वयं मुह से बताए।

ఇందులో [వాసి[న పతి పదం దైవం స్వయం నోటితో చెప్పినవి.

Every word written in this book is from god's own words.

विषय सूचिक
విషయ సూచిక
Content page

वेद शिव, ब्रह्म स्वरूप

వేదం శివ్ర, బహ్మస్వరూపం

VEDAS ARE SHIV'S, BRAHM'S FORM

वेद ब्रह्म लिखित

వేదం బహ్మలిఖితం

VEDAS ARE FROM BRAHM'S WRITING

सच्चाई अंदारवाले शिव और शिव स्वरूप है।

సత్యం అందర్వాలే శివ, శివ స్వరూపం

Truth is Andarvale shiv or shiv's form

सच्चाई शिव, साई, वीरब्रह्मेन्द्र अचरणीयम।

సత్యం శివ, సాయి, వీరబ్రహ్మేంద్ర ఆచరణీయం

Truth is shiv, sai, veerabrahmendra conduct

सच्चाई
సత్యం
truth

सच्चाई से जीना सच है

నిజాయితీతో జీవించడం సత్యం

Living with truth is true

सच बोलना सच है

నిజం చెప్పడం సత్యం

Speaking truth is true

ज्ञान से जीना सच है

జ్ఞానం తో జీవించడం సత్యం

Living with knowledge is true

दैव का दर्शन करना सच है

దైవ దర్శనం సత్యం

God's dharshan is true

देव एक सच है

దేవుడు ఒక సత్యం

God is true

शिव देव है, ये एक सच है

శివుడు దేవుడు ఇది ఒక అసత్యం

Lord shiv is god. This is true

मा सच है

అమ్మసత్యం

Mother is true

मा बच्चे को पालना एक सच है

తల్లి పిల్లల్నిపెంచడం ఒక సత్యం

Mother raising children is true

आशा असच है

ఆశ అసత్యం

Wish is false

स्वार्थ असच है

స్వార్థం అసత్యం

Selfishness is false

द्वेष असच है

ద్వేషం అసత్యం

Hatred is false

असूया असच है

అసూయ అసత్యం

Jealousy is false

ईर्षा असच है

ఈర్ష్య అసత్యం

Jealousy is false

क्रोध असच है

క్రోధం అసత్యం

Anger is false

शक असच है

అనుమానం అసత్యం

Suspicious is false

सर्प असच है

సర్పం అసత్యం

Snake, sarp is false

शेष असच है

శేషం అసత్యం

Shesha is false

एक आदमि मे एक ही सत्य (अंदर वाले) रहना सच है। खुद के दैव के बिना दूसरा रहना असच है

ఒకరిలో ఒకటే సత్యం ఉండటం సత్యం. సొంత దేవుడు కాకుండా ఇతరులు ఉండటం అసత్యం

One truth in one person is true. Except god, living other truth is false

सच्चा आनंद एक सच है

నిజమైన ఆనందం ఒక సత్యం

True happiness is true

भोलापन सच है

భోళాతనం సత్యం

Bholapan is true

स्त्री पुरुष संपर्क सच है, आशा असच है, एक से एक सच है

స్త్రీ పురుష సంపర్కం సత్యం, ఇందులో ఆశలు అసత్యం. ఒకరితో ఒకరే సత్యం

Sexual intercourse of man and woman is true. Desires in that is false. Only with one is true

काम कलाप पत्नी के बीच सच है इसके बिना असच है

కామకలాపాలు పతి పత్నిమధ్యలో సత్యం, ఇలా కాకుండా వేరే వేరే అసత్యం

Lust between wife and husband is true.
Other than this is false.

मूर्ख असच है

మూర్ఖుడు అసత్యం

Fool is false

सत्य का नाश करना असच है

సత్యాన్నినాశనం చేయడం అసత్యం

Destroying truth is false

शर्म असच है

సిగ్గు అసత్యం

Shy is false

लौक्य् असच है

లౌక్యం అసత్యం

Prudence is false

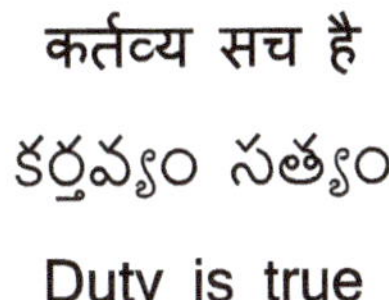

कर्तव्य सच है

కర్తవ్యం సత్యం

Duty is true

रूप असच है, इसलिए मोह के बिना जीना है

రూపం అసత్యం, కాబట్టి మోహం లేకుండ జీవించాలి

Form is false. So must live without moha

देह आत्म का मौलिक है, ये एक सच है

దేహం ఆత్మకు మౌలికం, ఇది సత్యం

Body is the basic need of soul. This is true

हार जीत असच है

గెలుపు ఓటములు అసత్యం

Wining and loosing is false

सून्य को आत्म समझना असच है

శూన్యాన్నిఆత్మగా భావించడం అసత్యం

Treating soonya as soul is false

योग ज्ञान एक सच है

యోగా జ్ఞానం ఒక సత్యం

Yoga knowledge is true

जीवन चक्र असच है

జీవన చ(కం అసత్యం

Birth cycle is false

अच्छाई, सच्चाई से जीना सच है

అచ్చాయి, సచ్చాయి తో జీవించడం సత్యం

Living with goodness and truth is true

अहम असच है

అహం అసత్యం

Arrogance is false

मोह असच है

మోహం అసత్యం

Moha is false

लोभ असच है

లోభం అసత్యం

Greed for money is false

प्राण ही जन्म लेना सच है

ప్రాణం జన్మఎత్తడం సత్యం

Prana taking birth is true

इद पिंगला सर्प नहीं है, ये नाड़ी है, ये एक सच है

ఇద పింగళ సర్పాలు కావు, ఇవి నాడులు,
ఇది ఒక సత్యం.

Eda and pingala are nerves, these are not snakes. This is Sathya

अलौकिक मे समय असच है

అలౌకికం లో సమయం అసత్యం

Time is false in aloukikam

अलौकिक मे दिन रात सच है

అలౌకికంల్లో రాత్రి ఉదయం సత్యం

Night and morning is true in aloukika

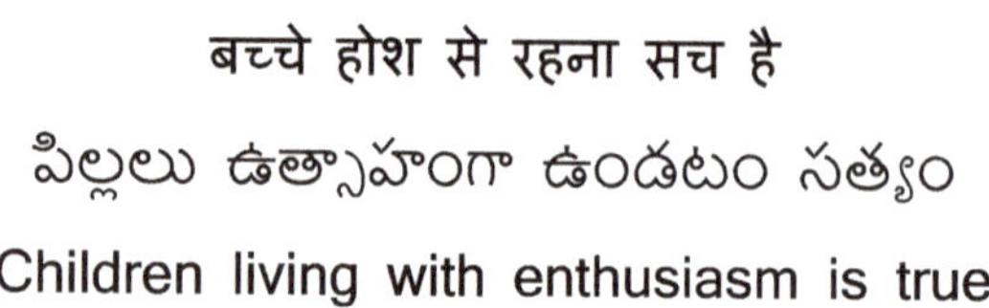

बच्चे होश से रहना सच है

పిల్లలు ఉత్సాహంగా ఉండటం సత్యం

Children living with enthusiasm is true

मा के पेट से सत्य पूरित आदमि पैदा हो रहा है,
ये एक सच है

తల్లి కడుపు నుండి సత్యపూరితమైన మనిషి
పుట్టడం సత్యం

Taking truthfull birth from mother's womb is true

सच को पहचानना एक सच है

సత్యాన్నిగుర్తించడం సత్యం

Identify truth is true

सात चक्र सच है

ఏడు చక్రాలు సత్యం

Seven chakras is false

ज्ञान कमाना सच है

జ్ఞానాన్నిసంపాదించడం సత్యం

Gaining knowledge is true

अनुचर को ज्ञान देना सच है

అనుచరులకు జ్ఞానాన్నిఇవ్వడం సత్యం

Giving knowledge to followers is true

सत्य संदर्श सच है

సత్యసందర్శన సత్యం

Visiting the truth is true

अंदरवाले सच है

అందర్వాలే సత్యం

Andarvale is true

दैव एक सच है

దైవం ఒక సత్యం

God is true

ज्ञान देनेके लिए सत्य का नाश करना असच है

జ్ఞానాన్నిఇవ్వడం కోసం సత్యాన్నినాశనం
చేయడం అసత్యం

Destroying Sathya for giving knowledge is false

झूट असच है

అబద్ధం అసత్యం

Lies are false

असच बात असच है

అసత్యమాటలు అసత్యం

False talks are false

बचपन से आएसो सत्य ही आदमि का सच है,
इसके बिना दूसरा रहना असच है

చిన్నప్పటి నుంచి ఉన్నసత్యమే సత్యం. ఇది
కాకుండా ఇంకోకరు ఉండటం అసత్యం

Sathya since childhood is true.
Residing others are false

नाम के लिए भागना असच है

పేరు కోసం పరుగెత్తడం అసత్యం

Running for name is false

मा पे शक असच है

తల్లి పట్ల అనుమానం అసత్యం

Doubting mother is false

जो सच मे हुआ, वो सच है

ఏది నిజంగా జరిగిందో అది సత్యం

What has truly happened is true

पुराण मे जो सच मे हुआ वो भी सच है

పురాణంలో నిజంగా జరిగినవి కూడా సత్యం

What has truly happened in puranas is true

झूटे कहानिया असच है

అబద్ధపు కథలు అసత్యం

False stories are false

अच्छाई सच्चाई से जीना ज्ञान है

మంచితనం, నిజాయితీతో బతకడం జ్ఞానం

Living with goodness and truth is true

योग का बुरा, दूसरा इस्तेमाल असच है

యోగాన్నిచెడుగా, ఇంకోతీరుగా వాడటం అసత్యం

Using yoga in a bad, other manner is false

सूर्य पूर्व मे उठना सच है

సూర్యుడు తూర్పున ఉదయించడం సత్యం

Sun raising on East is truth

सूर्य पश्चिम अस्तमि होना सच है

సూర్యుడు పశ్చిమాన అస్తమించడం సత్యం

Sun set on west is truth

गाय साधु जीवि, ये एक सच है

ఆవు సాధుజీవి, ఇది ఒక సత్యం

Cow is domestic animals this is true

छोटे बच्चे को बाते नहीं आते है, ये एक सच है

అప్పుడే పుట్టిన పిల్లలకు మాటలు రావు, ఇది సత్యం

Baby born child's don't talk. This is true

अंदरवाले आदमि का उतना रहना एक सच है

అందర్వాలే మనిషి ఎంత ఉంటాడో
అంత ఉండటం సత్యం

Andarvale should be the same height
as human. This is truth.

आत्म को बच्चे पैदा नहीं होते। ये एक सच है

ఆత్మకు పిల్లలు పుట్టరు, ఇది ఒక సత్యం

Children will not be born for soul. This is true

ज्ञान सच है

జ్ఞానం సత్యం

Knowledge is true

ज्ञान के चक्कर मे असचसे चलाना असाच है

జ్ఞానం అనే వంకతో అసత్యమైన దారిలో నడపడం
అసత్యం

Driving in false way with the reason of
knowledge is false

शादी एक सच है

వివాహం సత్యం

Marriage is true

दुसरोके मन को स्वाधीन करना असच है, खद के देव स्वाधीन करना सच है

ఇతరుల మనస్సును స్వాధీన పరచుకోవడం అసత్యం, సొంత దేవుడు చేస్తే సత్యం

Occupying others dill is false. This is done by own god then it is true

दुसरोके दिमाग को स्वाधीन करना असच है, खद के देव स्वाधीन करना सच है

ఇతరుల బుద్ధిని స్వాధీన పరచుకోవడం అసత్యం, సొంత దేవుడు చేస్తే సత్యం

Occupying others mind is false. This is done by own god then it is true

दुसरोके अनुमस्तिष्क को स्वाधीन करना असच है, खद के
देव स्वाधीन करना सच है

ఇతరుల అనుమస్తిష్కంను స్వాధీన పరచుకోవడం
అసత్యం, సొంత దేవుడు చేస్తే సత్యం

Occupying others cerebellum is false.
This is done by own god then it is true

दूसरे के देह मे दूसरा आत्म अंदरवाले रहना असच है,
खुद के देव के बिना

ఇతరుల దేహం లో ఇతర ఆత్మ అందర్వాలే
ఉండటం అసత్యం. సొంత దేవుడు కాకుండా

Other Soul residing in others body is false.
Except God

माता, पिता पर द्वेष, क्रोध असच है

తల్లిత్రండుల పట్ల ద్వేషం, కోధం అసత్యం

Hatred and anger on parents are false.

माया मंत्र से पैदा हुआ सो, आये सो आत्म असच है

మాయా మంత్రాలతో వచ్చిన వారు అసత్యం

Some one coming from maya and mantr is false

सही, सच से दूर का योग असच है

సరైన, సత్యానికి దూరంగా ఉన్నయోగా అసత్యం

Yog other than rightious and true is false

छोटा बड़ा असच है

చిన్నపెద్ద అసత్యం

Looking with inequality is false

तुलना असच है खुद के बिना

నీతో నువ్వుకాకుండా పోల్చుకోవడం అసత్యం

Except self, Comparison is bad.

असच को बढ़ाना सच नहीं है

అసత్యాన్నిపెంచడం అసత్యం

Raising falsify is false

असच कहानिकों बढ़ाना सच नहीं है

అసత్యకథలను పెంచడం అసత్యం

Encouraging false stories are false

असच अधिकारी सच नहीं है, असच है

అసత్యఅధికారి అసత్యం

False authority is false

बुरे दिमाग का अधिकारी असच है

చెడు బుద్ధి అధికారి అసత్యపరుడు

Criminal minded authority is false

असच मानना असच है

అసత్యాన్నిపరిగణించడం అసత్యం

Considering falsity is false

नाश वाला असच है

నాశనం చేసే వారు అసత్యపరులు

Destroyer is false

सही समझ से बात नहीं करना असच है

సరైన అర్ధాలతో మాట్లాడకపోవడం అసత్యం

Speaking in non righteous is false

झूट बाते असच है

అబద్ధపు మాటలు అసత్యం

Speaking false is false

पुरुष पुरुष काम असच है

పురుషుడు పురుషుడు కామం అసత్యం

Lust between males is false.

अलौकिक मे शादी सच है

అలౌకికంలో పెళ్లి సత్యం

Marriage in aloukik is true

एक पत्नी व्रत सच है

ఏక పత్నివతం సత్యం

Single wife in life is true

एक पति व्रत सच है

ఏక పత్రి వతం సత్యం

Single husband in life is true

सच को असच करना असच है

సత్యాన్నిఅసత్యం చేయడం అసత్యం

Making truth as false is false

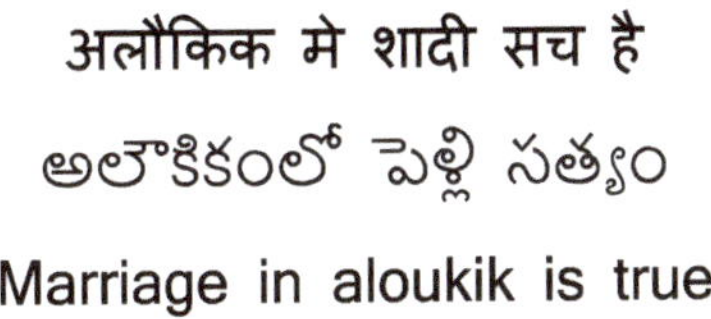

असच को सच करना असच है

అసత్యాన్నిసత్యం చేయడం అసత్యం

Making false as truth is false

दैव अहम असच है

దైవ అహం అసత్యం

God arrogance is false

सत्य को मारना असच है

సత్యాన్నిచంపడం అసత్యం

Killing truth is false

प्रेम का नाटक चलाना असच है

ప్రేమ నటించడం అసత్యం

Showing false love is false

आदमी का पालन दैव करना सच है

మనిషిని దేవుడు పాలించడం సత్యం

God raising human is true

मै ही अहम है, देव से ज्यादा मानना अहम है, अहम असच है

నేనే అని అనుకోవడం అహం, దేవుడు కంటే ఎక్కువగా భావించడం అహం, అహం అసత్యం

Only me is arrogance and treating self as superior than god is arrogance. Arrogance is false

सारे देव सच है

అందరు దైవాలు సత్యం

All gods, goddess is true

मर्द पैदा हुआसो वालेको पुरुष कहते है, स्त्री पैदा हुआसो वाले को स्त्री कहते है, ये एक सच है

మగ పుట్టుక పుట్టిన వారిని అబ్బాయి అంటారు. ఆడపుట్టుక పుట్టిన వారిని అమ్మాయి అని అంటారు. ఇది ఒక సత్యం

Boy child is called as man and girl child is called as woman. This is one truth

स्वार्थ अधिकारी असच है

స్వార్థ పూరితమైన అధికారి అసత్యం

Selfish authority is false

द्वेष पूरित अधिकारी असच है

ద్వేష పూరితమైన అధికారం అసత్యం

Hatred authority is false

बढ़ रहेसो वालेको मारना, सताना असच है

ఎదుగుతున్నవారిని చంపడం, సతాయించడం అసత్యం

Troubling and killing the people who
are growing is false

निरुपयोग करवाना, करना असच है

నిరూపయోగుల్నిచేయడం అసత్యం

Making others useless is false

असच अधिकारी असच है

అసత్యఅధికారి అసత్యం

False authority is false

परुवु प्रतिष्ठा के लिए बागना असच है

ప్రరువు పతిష్ఠలు కోసం పరుగెత్తడం అసత్యం

Striving for Honors and reputation is false

कीर्ति प्रतिष्ठा के लिए बागना असच है

క్రీర్తి పతిష్ఠలు కోసం పరుగెత్తడం అసత్యం

Striving for Fame is false

वैराग के चक्कर मे मर्जियों डालना

వైరాగ్యం వంకతో సొంత నిర్ణయాలు వేయడం

preaching own thoughts in the name of renunciation

द्वेष पर द्वेष दिखाना असच है

ద్వేషం పట్ల ద్వేషం చూపడం అసత్యం

Showing Hatred on hate is false

क्रोध पर क्रोध दिखाना असच है

క్రోధం ప్రట్ల కోధం చూపడం అసత్యం

Showing Anger on angry is false

स्वार्थ, ईर्ष्या, असूय पर क्रोध दिखाना असच है

స్వార్థం, ఈర్ష్య అసూయ ప్రట్ల కోధం చూపడం అసత్యం

Showing Anger on selfishness, jeloucy is false

अंदारवाले आदमी का ऊंचा तक रहना एक सच है

అందర్వాలే మనిషి ఎంత ఉంటాడో
అంత ఉండటం సత్యం

Andarvale should be the same height
as human. This is truth.

सारे प्राण एक ही नहीं, अलग अलग है, ये एक सच है

అన్నిప్రాణాలు ఒకటే కాదు, వేరే వేరే,
ఇది ఒక సత్యం

All prana is not same they are different.
This is truth

अलौकिक मे नींद असच है

అలౌకికం లో నిద అసత్యం

Sleep is false in aloukik

कर्तव्य आशा नहीं है, ये एक सच है

కర్తవ్యం ఆశ కాదు, ఇది ఒక సత్యం

Duty is not desire, it is truth

कैलाश शिव का निवास है, ये एक सच है

కైలాసం శివుడి నివాసం, ఇది ఒక సత్యం

Kailash is shiv's resident. This is true

पार्वती शिव की पत्नी है, ये एक सच है

పార్వతి శివుడి పత్ని ఇది ఒక సత్యం

Parvati is shiv's wife, this is one truth

सरस्वती ब्रह्म देव की पत्नी है, ये एक सच है

సరస్వతి బహ్మదేవుడి పత్ని ఇది ఒక సత్యం

Saraswathi is brahm's wife, this is one truth

श्री विष्ण का पत्नी है, ये एक सच है

శ్రీ విష్ణు పత్ని ఇది ఒక సత్యం

Sri is vishn's wife. This is truth

दैव आने से, रहने से देह, अंतर्गत स्थिति बदलता है, ये एक सच है

దైవం వచ్చినపుడు దేహం, అంతర్గత దేహం స్థితి మారుతుంది, ఇది ఒక సత్యం

When god comes in, body and inner body changes. This is one truth

शक सच नहीं है

అనుమానం సత్యం కాదు

Suspicion is not truth

नाटक करना असच है

నాటకాలు చేయడం అసత్యం

Behaving in a wrong way is false

बूटक प्रेम असच है

బూటక్ర పేమ అసత్యం

Dishonesty love is false

आशा समझके जीना सच है

ఆశను అర్థం చేసుకొని జీవించడం సత్యం

Living by understanding desire is good

शिव ने मन को पहचाना, ये एक सच है

శివ మనసును గుర్తించాడు. ఇది ఒక సత్యం

Shiv had found dill. This is truth

शिव ने दिमाग को पहचाना, ये एक सच है

శివ మెదడును గుర్తించాడు. ఇది ఒక సత్యం

Shiv has found mind. This is truth.

शिव ने अंदारवाले को पहचाना, ये एक सच है

శివ ఆత్మను, అంతర్యామిని, లేదా అందర్వాలేను
గుర్తించాడు. ఇది ఒక సత్యం

Shiv has found soul. This is truth

शिव ने सहस्र जैसा चक्र को पहचाना, ये एक सच है

శివ (సహస లాంటి (చకాలను గుర్తించాడు.
ఇది ఒక సత్యం

Shiv has found chakras like sahasra.
This is truth

शिव ने शुशुम्ना नाड़ी को पहचाना, ये एक सच है

శివ శుషుమ్ననాడి ని గుర్తించాడు. ఇది ఒక సత్యం

Shiv had found shushumna naadi. This is truth

शिव ने ईद पिंगल नदियों को पहचाना, ये एक सच है

శివ ఇద పింగళ నదులను గుర్తించాడు.
ఇది ఒక సత్యం

Shiv has found ida pingala Naadi. This is truth

शिव ने नाड़ी व्यवस्था को पहचाना, ये एक सच है

శివ నాడి వ్యవస్థను గుర్తించాడు. ఇది ఒక సత్యం

Shiv has found nervous system. This is truth

शिव ने ज्योति को पहचाना, ये एक सच है

శివ జ్యోతిని గుర్తించాడు. ఇది ఒక సత్యం

Shiv has found Jyothi, this is truth

शिव ने बारिश कैसा गिर रहा है उसे पहचाना,
ये एक सच है

శివ వర్షం ఎలా వస్తుందో వాటిని గుర్తించాడు. ఇది
ఒక సత్యం

Shiv has found how does rain will fall.
This is truth

शिव ने ऋतुवों को पहचाना, ये एक सच है

శివ ఋతువులను గుర్తించాడు. ఇది ఒక సత్యం

Shiv has found seasons, this is truth

शिव ने धूप कितना दूर से आरहा है वो पहचाना,
ये एक सच है

శివ ఎండ ఎంత దూరం నుండి వస్తుందో వారిని
గుర్తించాడు. ఇది ఒక సత్యం

Shiv has found distance from where sun rays
will come, this is truth

शिव ने ग्रह का पक्ष पहचाना, ये एक सच है

శ్రీవ గహా యొక్కపక్షాన్నిగుర్తించాడు. ఇది ఒక సత్యం

Shiv has found eclipse of planets. This is truth

शिव ने योग को पहचाना, ये एक सच है

శివ యోగా ను గుర్తించాడు. ఇది ఒక సత్యం

Shiv has found yoga, this is truth

बुद्ध भगवान ने मन को पहचाना, ये एक सच है

బుద్ధ భగవాన్ మనసును గుర్తించాడు. ఇది ఒక సత్యం

Buddha bhagavan had found dill. This is truth

बुद्ध भगवान ने दिमाग को पहचाना, ये एक सच है

బుద్ధ భగవాన్ మెదడును గుర్తించాడు. ఇది ఒక సత్యం

Buddha bhagavan has found mind. This is truth.

बुद्ध भगवान ने अंदारवाले को पहचाना, ये एक सच है

బుద్ధ భగవాన్ ఆత్మను, అంతర్యామిని, లేదా
అందర్వాలేను గుర్తించాడు. ఇది ఒక సత్యం

Buddha bhagavan has found soul. This is truth

बुद्ध भगवान ने सहस्र जैसा चक्र को पहचाना,
ये एक सच है

బుద్ధ భగవాన్ (సహస లాంటి (చకాలను గుర్తించాడు.
ఇది ఒక సత్యం

Buddha bhagavan has found chakras like
sahasra. This is truth

बुद्ध भगवान ने शुशुम्ना नाड़ी को पहचाना, ये एक सच है

బుద్ధ భగవాన్ శుషుమ్ననాడి ని గుర్తించాడు.
ఇది ఒక సత్యం

Buddha bhagavan had found shushumna
naadi. This is truth

बुद्ध भगवान ने ईद पिंगल नदियों को पहचाना,
ये एक सच है

బుద్ధ భగవాన్ ఇద పింగళ నదులను గుర్తించాడు.
ఇది ఒక సత్యం

Buddha bhagavan has found ida pingala Naadi.
This is truth

बुद्ध भगवान ने नाड़ी व्यवस्था को पहचाना, ये एक सच है

బుద్ధ భగవాన్ నాడి వ్యవస్థను గుర్తించాడు.
ఇది ఒక సత్యం

Buddha bhagavan has found nervous system.
This is truth

बुद्ध भगवान ने ज्योति को पहचाना, ये एक सच है

బుద్ధ భగవాన్ జ్యోతిని గుర్తించాడు. ఇది ఒక సత్యం

Buddha bhagavan has found Jyothi, this is truth

बुद्ध भगवान ने खान खान को पहचाना, ये एक सच है

బుద్ధ భగవాన్ ఖనాన్నిగుర్తించాడు, ఇది ఒక సత్యం

Buddha has found what consists in an atom.
This is truth

विष्ण, बुद्ध भगवान ने ज्योति को अंक ब्रूम के बीच रखना पहचाना, ये एक सच है

బుద్ధ భగవాన్, విష్ణు జ్యోతి కను బ్రుమ్ మధ్య
ఉంచడం గుర్తించాడు. ఇది ఒక సత్యం

Vishn and Buddha bhagavan has found how to
place Jyothi at the enter of eyebrows

ब्रह्म ने धर्म को स्थापन किया, ये एक सच है

ధర్మాన్నిబహ్మదేవ్ స్థాపించాడు. ఇది ఒక సత్యం

Lord brahm has established dharma. This is truth

ब्रह्म देव ने विधि विधान का निर्माण किया, ये एक सच है

విధి విధానాన్నిబహ్మదేవ్ నిర్మించారు.
ఇది ఒక సత్యం

Lord brahm has established legislation.
This is truth

ब्रह्म देव ने आचार व्यवहार निर्माण किए, ये एक सच है

ఆచార వ్యవహారాలను బహ్మదేవ్ నిర్మించాడు. ఇది
ఒక సత్యం

Ritual affairs were established by lord brahm.
This is truth

ब्रह्म देव ने वेद का निर्माण किए, ये एक सच है

వేదాలను బహ్మదేవ్ నిర్మించారు. ఇది ఒక సత్యం

Lord brahm has established Vedas. This is truth

ब्रह्म देव ने कई परब्रह्म को बनाए, ये एक सच है

బ్రహ్మదేవ్ ఎందరో ప్రర బహ్మలను తయారు చేశారు,
ఇది ఒక సత్యం

Lord brahm has made many parabrahma.
This is truth

रिश्ते के बारे मे ब्रह्म देव ने कई सच को बताए,
ये एक सच है

బంధుత్వం గురించి బహ్మదేవ్ ఎన్నోసత్యాలు
చెప్పారు. ఇది ఒక సత్యం

Lord brahm has spoke so many truths on
relationship. This is truth

ब्रह्म देव ने कई लोग का रात लिखे। ये एक सच है

ఎందరో తల రాత్రలను బహ్మదేవ్ రాశారు.
ఇది ఒక సత్యం

Lord brahm has written the fate of many
people. This is truth

ब्रह्म देव ने विष्ण को प्रयोजक बनाए, ये येक सच है

(బ్రహ్మదేవ్ విష్ణుని పయోజకుణ్ణి చేశారు.
ఇది ఒక సత్యం

Lord brahm had made the vishn to stand
on his own feet. This is truth

तेलुगु ब्रह्म वीरब्रह्मेन्द्र ने मन को पहचाना, ये एक सच है

తలుగు బహ్మవీర(బ్రహ్మేంద మనసును గుర్తించాడు,
ఇది ఒక సత్యం

Telugu Brahma Veerabrahmendra had found dill.
This is truth

तेलुगु ब्रह्म वीरब्रह्मेन्द्र ने दिमाग को पहचाना,
ये एक सच है

తలుగు బహ్మవీర(బ్రహ్మేంద మెదడును గుర్తించాడు,
ఇది ఒక సత్యం

Telugu Brahma Veerabrahmendra has found
mind. This is truth.

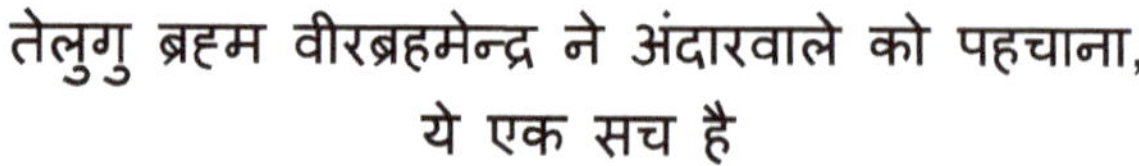

तेलुग्गु ब्रह्म वीरब्रह्मेन्द्र ने अंदारवाले को पहचाना,
ये एक सच है

తెలుగు బహ్మవీరబ్రహ్మేంద ఆత్మను, అంతర్యామిని
లేదా అందర్వాలే ను గుర్తించాడు, ఇది ఒక సత్యం

Telugu Brahma Veerabrahmendra has found
soul. This is truth

तेलुग्गु ब्रह्म वीरब्रह्मेन्द्र ने सहस्र जैसे चक्र को पहचाना,
ये एक सच है

తెలుగు బహ్మవీరబ్రహ్మేంద సహ్రస లాంటి
చ్రకాలను గుర్తించాడు, ఇది ఒక సత్యం

Telugu Brahma Veerabrahmendra has found
chakras like sahasra. This is truth

तेलुग्गु ब्रह्म वीरब्रह्मेन्द्र ने शुशुम्ना नाड़ी को पहचाना,
ये एक सच है

తెలుగు బహ్మవీరబ్రహ్మేంద శుషుమ్ననాడి ని
గుర్తించాడు, ఇది ఒక సత్యం

Telugu Brahma Veerabrahmendra had found
shushumna naadi. This is truth

तेलुगु ब्रह्म वीरब्रह्मेन्द्र ने ज्योति को पहचाना,
ये एक सच है

తెలుగు బ్రహ్మవీరబ్రహ్మేంద్ర జ్యోతిని గుర్తించాడు,
ఇది ఒక సత్యం

Telugu Brahma Veerabrahmendra has found
Jyothi, this is truth

शिखराग्र साई ने नाड़ी व्यवस्था पहचाना, ये एक सच है

శిఖరాగ్ర సాయి నాడి వ్యవస్థను గుర్తించారు,
ఇది ఒక సత్యం

Sikharagra Sai had found nerves system.
This is truth

शिखराग्र साई ने आत्म को पहचाना, ये एक सच है

శిఖరాగ్ర సాయి ఆత్మను గుర్తించారు, ఇది ఒక సత్యం

Sikharagra Sai has found soul. This is truth

शिखराग्र साई ने मन को पहचाना, ये एक सच है

శిఖరాగ్ర సాయి మనస్సును గుర్తించారు,
ఇది ఒక సత్యం

Sikharagra Sai has found dill. This is truth

रमण महर्षि ने ये पहचाना की नाभि से बात आ रहा है, ये एक सच है

మాటలు నాభి నుండి వస్తున్నాయని రమణ మహర్షి గుర్తించారు, ఇది ఒక సత్యం

Ramana Maharshi has found that talks come from nabhi. This is truth

रमण महर्षि ने ज्योति को पहचाना, ये एक सच है

రమణ మహర్షి జ్యోతిని గుర్తించాడు, ఇది ఒక సత్యం

Ramana Maharshi has found Jyothi, this is truth

दुर्गा देवी ने मन को पहचाना, ये एक सच है

దుర్గా దేవి మనసును గుర్తించారు. ఇది ఒక సత్యం

Durga devi had found dill. This is truth

दुर्गा देवी ने अंदारवाले को पहचाना, ये एक सच है

దుర్గా దేవి ఆత్మను, అంతర్యామిని, లేదా అందర్వాలేను గుర్తించారు, ఇది ఒక సత్యం

Durga devi has found soul. This is truth

दुर्गा देवी ने सहस्र जैसा चक्र को पहचाना, ये एक सच है

దుర్గా దేవి స్రసహస లాంటి చ్రకాలను గుర్తించారు.
ఇది ఒక సత్యం

Durga devi has found chakras like sahasra.
This is truth

दुर्गा देवी ने शुशुम्ना नाड़ी को पहचाना, ये एक सच है

దుర్గా దేవి శుషుమ్ననాడి ని గుర్తించారు. ఇది ఒక
సత్యం

Durga devi had found shushumna naadi.
This is truth

दुर्गा देवी ने ज्योति को पहचाना, ये एक सच है

దుర్గా దేవి జ్యోతిని గుర్తించారు. ఇది ఒక సత్యం

Durga devi has found Jyothi, this is truth

विवेकानंदा देवा ने मन को पहचाना, ये एक सच है

వివేకానంద దేవ మనస్సును గుర్తించారు,
ఇది ఒక సత్యం

Vivekananda deva had found dill. This is truth

विवेकानंदा देवा ने अंदारवाले को पहचाना, ये एक सच है

వివేకానంద దేవ ఆత్మను, అంతర్యామిని, లేదా అందర్వాలేను గుర్తించాడు, ఇది ఒక సత్యం

Vivekananda deva has found soul. This is truth

विवेकानंदा देवा ने सहस्र जैसा चक्र को पहचाना, ये एक सच है

వివేకానంద దేవ (సహస లాంటి చక్రాలను గుర్తించారు, ఇది ఒక సత్యం

Vivekananda deva has found chakras like sahasra. This is truth

विवेकानंदा देवा ने शुशुम्ना नाड़ी को पहचाना, ये एक सच है

వివేకానంద దేవ శుషుమ్ననాడి ని గుర్తించారు, ఇది ఒక సత్యం

Vivekananda deva had found shushumna naadi. This is truth

विवेकानंदा देवा ने ज्योति को पहचाना, ये एक सच है

వివేకానంద దేవ జ్యోతిని గుర్తించారు, ఇది ఒక సత్యం

Vivekananda deva has found Jyothi, this is truth

विष्ण ने मन को पहचाना, ये एक सच है

విష్ణు మనస్సును గుర్తించారు, ఇది ఒక సత్యం

Vishn had found dill. This is truth

विष्ण ने दिमाग को पहचाना, ये एक सच है

విష్ణు మెదడును గుర్తించారు, ఇది ఒక సత్యం

Vishn has found mind. This is truth.

विष्ण ने अंदारवाले को पहचाना, ये एक सच है

విష్ణు ఆత్మను, అంతర్యామిని, లేదా అందర్యాలేను
గుర్తించాడు, ఇది ఒక సత్యం

Vishn has found soul. This is truth

विष्ण ने सहस्त्र जैसा चक्र को पहचाना, ये एक सच है

విష్ణు స్రహస లాంటి చ్రకాలను గుర్తించారు,
ఇది ఒక సత్యం

Vishn has found chakras like sahasra. This is truth

विष्ण ने शुशुम्ना नाड़ी को पहचाना, ये एक सच है

విష్ణు శుషుమ్ననాడి ని గుర్తించారు, ఇది ఒక సత్యం

Vishn had found shushumna naadi. This is truth

विष्ण ने ज्योति को पहचाना, ये एक सच है

విష్ణు జ్యోతిని గుర్తించాడు, ఇది ఒక సత్యం

Vishn has found Jyothi, this is truth

विष्ण ने खान खान को पहचाना, ये एक सच है

విష్ణు ఖనాన్నిగుర్తించాడు, ఇది ఒక సత్యం

Vishn has found what consists in an atom. This is truth

विष्ण ने भक्ति को पहचाना, ये एक सच है

విష్ణు భక్తిని గుర్తించాడు, ఇది ఒక సత్యం

Vishn has found devotion, this is truth

विष्ण धर्म पालन करते है, ये एक सच है

విష్ణు ధర్మపాలన చేస్తారు ఇది ఒక సత్యం

Vishn follows dharma, this is truth

विष्ण अरिषड्वर्ग को जीतना सीखा है, ये एक सच है

విష్ణు అరిషడ్వర్గాలను జయించారు, ఇది ఒక సత్యం

Vishn has conquered six enemies. This is truth

विष्ण ने योग को पहचाना, ये एक सच है

విష్ణు యోగాను గుర్తించాడు, ఇది ఒక సత్యం

Vishn has found yoga, this is truth

सच्चाई लगाके सोचना सच है

సచ్చాయి ని వుంచి ఆలోచించడం సత్యం

Thinking by applying truth is true

मूलकरण दुंद के सच को पहचानना सच है

మూలకారణం వెతికి సత్యాన్నిగుర్తించడం సత్యం

Finding truth by identifying root cause is truth

विष्णु अदमियोक पिता है, ये एक सच है

మనుష్యులకు తండ్రి విష్ణు, ఇది ఒక సత్యం

Human father is vishn. This is truth

अलौकिक मे आहार असाच है

అలౌకికంలో ఆహారం అసత్యం

Food is false in aloukika

अलौकिक मे नींद नहीं है, ये एक साच है

అలౌకికంలో నిద లేదు, ఇది ఒక సత్యం

There is no sleep in aloukika. This is truth

आशा लगाके खेलना एक असच है

ఆశపెట్టి ఆడుకోవడం ఇది ఒక అసత్యం

Playing by showing desire is false.

स्वार्थ पुरिथ जीवन असच है

స్వార్థపూరిత జీవితం అసత్యం

Selfish life is false

असच मे जाना असच है

అసత్యం తో నడవడం అసత్యం

Choosing false is false

अच्छाई, सच्चाई अंदरवाले शिव का ज्ञान नहीं है,
ये पुराना शिव का ज्ञान है। ये एक सच है।

ఆచ్చాయి, సచ్చాయి అందర్వాలే శివుని జ్ఞానం
కాదు. ఇది పాత శివుని జ్ఞానం. ఇది ఒక నిజం.

Achai, sachai is not andarvale shiv knowledge.
It is old shivs knowledge. This is truth.

अंदर वाले शिव ने सदा अच्छाई, सच्चाई ज्ञान
का मनन करते है। ये एक सच है.

అందర్వాలే శివ సదా ఆచ్చాయి, సచ్చాయి జ్ఞాన
మననం చేస్తుంటారు. ఇది ఒక నిజం.

Andarvale shiv always mind achai sachai.
This is truth.

अदमिकों रहनासो
మనిషికి వుండవలసినవి
Human should possess

दैव भक्त

దైవ భక్తి

Devotion on God

— Vishn Deva

संकीर्तन लिखना

సంకీర్తనలు రచించడం

Writing hymn of praise

— Shiv Deva

नामावलि लिखना

నామావళి రచించడం

Writing namavali

— Shiv Deva

भजन

భజన

Bhajan

— Vivekananda Deva

अनुशासन

క్రమ శిక్షణ

Discipline

— Vishn Deva

समय पालन

సమయ పాలన

Punctuality

— Vishn Deva

कर्तव्य पालन

కర్తవ్యపాలన

Following duty

— Vishn Deva

सच्चापन

నిజాయితి

Truthfullness

— Vivekananda Deva

जिम्मेदारि

బాధ్యత

Responsibility

— Vivekananda Deva

प्रेम

ప్రేమ

Love

— Vishn Deva

अनुराग

అనురాగం

Affection

– Vivekananda Deva

माता पिता से प्रेम से रहना

తల్లి తండ్రి త్రో పేమగా ఉండటం

Behaving lovely with parents

– Vishn Deva

सगा भाई, बहन से आप्याय से रहना

తోబుట్టువులతో ఆప్యాయంగా ఉండటం

Being with affection on siblings

– Vishn Deva

बच्चे पर जिम्मेदारि से रहना

పిల్లల పట్ల బాధ్యతతో ఉండటం

responsibility on children

– Vishn Deva

बच्चों से प्रेम से रहना

పిల్లలతో పేమగా ఉండటం

Being with love on children

— Vishn Deva

बच्चों का मारम समझना

పిల్ల మారాన్నిఅర్థం చేసుకోవడం

Understanding children's teasing

— Vishn Deva

बच्चों को अच्छे बुरे बोलना

పిల్లలకు మంచి చెడు చెప్పడం

Telling good and bad to children

— Vishn Deva

कुटुंब पर जिम्मेदारि से रहना

కుటుంబం పట్ల బాధ్యతగా ఉండటం

Responsibility on family

— Vishn Deva

दोस्त से सख्यता से रहना

స్నేహితులతో సఖ్యతగా ఉండటం

Togetherness between friends

— Vishn Deva

युवक होश मे रहना

యువకులు ఉత్సాహంగా ఉండటం

Youth should have enthusiasm

— Vivekananda Deva

प्रेम पर सम्मान से रहना

ప్రేమ పట్ల గౌరవంగా ఉండటం

Respect towards love

— Vivekananda Deva

विवाह को मानना

వివాహాన్ని అంగీకరించడం

Accepting marriage

— Vivekananda Deva

दंपत मिल झुल के रहना

దంపతులు అన్యోన్యంగా ఉండటం

Couple living with togetherness

— Vishn Deva

बूढ़े आदमियों पर सम्मान से रहना

వృద్ధుల పట్ల గౌరవంగా ఉండటం

Respect towards old age people

— Vishn Deva

आत्म परिशीलन

ఆత్మపరిశీలన

Self realisation

— Vishn Deva

ध्यान से सुनना

ధ్యాసగా వినడం

Listening with concentration

— Shiv Deva

एकाग्रत

ఏకాగ్రత

Focus or concentration

— Vishn Deva

आप्याय

ఆప్యాయం

Affection

— Vivekananda Deva

अच्छे वाक पालन

మంచి వాక్కుఉండటం

Speech goodness

— Vishn Deva

देश पर भक्त

దేశ భక్తి

Devotion towards nation

— Vivekananda Deva

नीति से रहना

నీతిగా ఉండటం

Living with moral

— Vishn Deva

सहन

సహనం

Patience

— Vivekananda Deva

याद रखना

గుర్తు పెట్టుకోవడం

Remembrance

— Shiv

उत्साह

ఉత్సాహం

Enthusiasm

— Vivekananda Deva

होश

ధ్యాసగా ఉండటం

Excitement

– Shiv

प्रेम

ప్రేమ

Love

– Vishn Deva

समानत्व

సమానత్వం

Equality

– Vivekananda Deva

दया

దయ

Kindness

– Vishn Deva

मानवत्व

మానవత్వం

Humanity

— Vivekananda Deva

करुण

కరుణ

Mercy

— Vishn Deva

सहाय करना

సహాయం చేయడం

Helping

— Vivekananda Deva

अच्छेपन

మంచితనం

Goodness

— Vishn Deva

आनंद

ఆనందం

Happiness

— Shiv Deva

अच्छे पर आनंद, खुद का या दुसरे का

మంచి పట్ల ఆనందం, ఇతరులదైన, సొంతమైన

Being Happy from others or own good

— Vivekananda Deva

संतोष

సంతోషం

Pleasure

— Vishn Deva

संतृप्त से रहना

ఉన్నదానిలో సంతృప్తి చెందడం

Contentment

— Shiv Deva

ज्ञान

జ్ఞానం

Knowledge

— Shiv Deva

धर्म

ధర్మం

Dharma

— Vishn Deva

शांत

శాంతం

Peace

— Brahm Deva

आहार मित से खाना

మిత ఆహారం తీసుకోవడం

Eating with diet

— Vishn Deva

योग

యోగం

Yogam

— Vivekananda Deva

रिश्ते

బంధువులు

Relationship

— Vivekananda Deva

कमाई को छुपाना

సంపాదన దాచుకోవడం

Saving the earnings

— Vivekananda Deva

कमाई को मित से दान करना

సంపాదన మితంగా దానం చేయడం

Donating earnings with limit

— Vivekananda Deva

भूल को क्षमापन करना

తప్పులను క్షమించడం

Forgiving the mistakes

— Vivekananda Deva

प्रणालिक

ప్రణాళికం

Planning

— Vishn Deva

भविष्य चिंतन

భవిష్యచింతన

Thinking on future

— Vishnu Deva

विद्या

విద్యా

Education

— Vivekananda Deva

उपाधाय को सम्मान करना

ఉపాధ్యాయుల పట్ల గౌరవం

Respect towards teachers

— Saraswathi Devi

ज्ञान का मनन करना

జ్ఞానాన్నిమననం చేయడం

Repeating the knowledge

— Vivekananda Deva

सम्पादन

సంపాదించడం

Earnings

— Vishn Deva

सच्छा आनंद

నిజమైన ఆనందం

True happiness

— Shiv Deva

स्थित प्रज्ञ

స్థిత ప్రజ్ఞ

Sthitha pragna

– Vishn Deva

आत्म रक्षण

ఆత్మరక్షణ

Self protection

– Vishn Deva

रक्षण

రక్షణ

Saving

– Vishn Deva

खेल खेलना

ఆటలు ఆడటం

Playing games

– Vivekananda Deva

तंदुरुस्त

ఆరోగ్యం

Health

     – Vivekananda Deva

हिम्मत

ధైర్యం

Bravery

     – Vivekananda Deva

जालि

జాలి

Pityness

     – Vivekananda Deva

यकीन करना

నిజాయితీ

Truth

     – Vishn Deva

बचाना

కాపాడటం

To save

– Vishn Deva

अच्छे करना

మంచి చేయడం

Doing good

– Vishn Deva

दुष्ट को दंड देना

దుష్టుడిని దండించడం

Punishing bad person

– Vishn Deva

शिव से आमोदन विराग

శివుడు నుండి ఆమోదం పొందిన విరాగ్యం

Agreed Renunciation from shiv

– Shiv

देव पर सम्मान

దేవుడి పట్ల గౌరవం

Respect on God

— Vishn Deva

देव पर भक्ति और सम्मान रहना है

దేవుడి పట్ల భక్తి మరియు గౌరవం ఉండాలి

Devotion and respect should be present on God

— Vishn Deva

पढ़ाई

చదువు

Education

— Vishn Deva

विनय

వినయం

Obedience

— Vishn Deva

तंदुरुस्त

ఆరోగ్యం

Health

— Vishn Deva

आश्चर्य

ఆశ్చర్యం

Surprise

— Vishn Deva

अदमिकों नहि रहनासो:
మనిషికి వుండకూడనివి:
Human should not possess:

असहन

అసహనం

Impatience

— Vishn Deva

प्रतिकूल

ప్రతికూలం

Negativity

— Vishn Deva

असभ्य बाते

అసభ్యమాటలు

Abuse words

– Vishn Deva

पतभ्रष्ट

పత్ బ్రష్ట్

Patha brasta

– Vishn Deva

आदमियों को, देव को सताना

మనుష్యులను, దేవుళ్ళను సతాయించడం

Troubling human, divine

– Vishn Deva

अपोह

అపోహ

Apoha

– Vishn Deva

बद्धकम

బద్ధకం

Lazyness

– Vishn Deva

पैशाचिक आनंद

పైశాచిక ఆనందం

Satanic delight

– Vishn Deva

आग लगाना

చిచ్చుపెట్టడం

Giving Flames

– Vishn Deva

गॉलिया देना

భూతులు తిట్టడం

Scouldings

– Vishn Deva

दुरथ

జిత్తుల మారి

Cunning

— Vivekananda Deva

क्रूर

క్రూరత్వం

Cruelty

— Vishn Deva

क्रोध

క్రోధం

Anger

— Vishn Deva

पर स्त्री पर कामी बनना

ఇతరులను కామించడం

Lust on others

— Vishn Deva

लोभ

లోభం

Grees on money

— Vishn Deva

मोह

మోహం

Moha

— Vishn Deva

मध

మద్

Madh

— Vishn Deva

मसचारी

మాశ్చర్యం

Mascharya

— Vishn Deva

द्वेष

ద్వేషం

Hatred

— Shiv Deva

स्वार्थ

స్వార్థం

Selfishness

— Shiv Deva

ईर्षा

ఈర్ష్య

Jeloucy

— Shiv Deva

असूय

అసూయ

Jeloucy

— Shiv Deva

कठिनाथा

కఠినత్వం

Toughness

– Vivekananda Deva

निर्दय

నిర్దయ

Merciless

– Vivekananda Deva

अत्याशा

అత్యాశ

Greed

– Vivekananda Deva

दुराश

దురాశ

Misery

– Vivekananda Deva

निरुत्साह

నిరుత్సాహం

Tedium

– Shiv

बुरेपन

చెడుతనం

badness

– Shiv

नास्तिकत्व

నాస్తికత్వం

Atheist

– Vivekananda Deva

अंध विश्वास

అంధ విశ్వాసం

Superstitious

– Vivekananda Deva

बेहोश

మెలకువ లేకుండ

Unconscious

— Shiv Deva

असमानत्व

అసమానత్యం

In equality

— Shiv Deva

अज्ञान

అజ్ఞాన్

Without knowledge

— Shiv Deva

अमित से खाना

అమితంగా ఆహారం భుజించడం

Eating with limitless

— Shiv Deva

व्यसन

వ్యసనం

Addiction

– Vishn Deva

डर

భయం

Fear

– Shiv Deva

पग प्रतीकार

పగ ప్రతీకారం

Revenge and reaction

– Shiv Deva

पति पत्नी को छोड़ना

పతి పత్నిని వదలడం

Husband leaving wife

– Shiv Deva

पत्नी पति को छोड़ना

పత్నిపతి ని వదలడం

Wife leaving husband

— Shiv Deva

अविनीति

అవినీతి

Corruption

— Vivekananda Deva

निर्लक्ष्य

నిర్లక్ష్యం

Negligence

— Vivekananda Deva

वृधा व्यय

వృధా ఖర్చు

Unnecessary expenses

— Vivekananda Deva

मद्यपान

मద్యపానం

Liquor addition

— Vivekananda Deva

धूमपान

ధూమపానం

Smoking addiction

— Vivekananda Deva

पर स्त्री पर काम

పర స్త్రీ కామం

Lust on other women

— Vivekananda Deva

पर पुरुष पर काम

పర పురుషుడి పట్ల కామం

Lust on other men

— Vivekananda Deva

नन्हे बच्चे पर निर्लक्ष्य

పసిపిల్లల పట్ల నిర్లక్ష్యం

Negligence on newly born babies

— Vivekananda Deva

दूसरे के दुख पर आनंद पाना

ఇతరుల దుఃఖం పట్ల ఆనందం

Being happy froms others sorrows

— Vivekananda Deva

पैशाचिक आनंद

పైశాచిక ఆనందం

Satanic delight

— Vivekananda Deva

दूसरे के बुरे पर फाइदा उठाना

ఇతరుల తప్పుపట్ల లబ్ధి పొందడం

Getting benefitted with others mistake

— Shiv Deva

अपोह

అపోహం

Misconceptions

– Vivekananda Deva

सिर्फ खानेके, पीनेके, सोनेके लिए ही इंतेजार करना

కేవలం తినడానికి, తాగడానికి, నిద్ర కోసం ఎదురుచూడటం

Waiting only to eat, drink, sleep

– Vishn Deva

बूटक प्रेम

బూటక ప్రేమ

False love

– Vivekananda Deva

नाटक चलाना

నాటకాలు చేయడం

Being cunning

– Vishn Deva

दुसरेको बुजानेका सोच

ఇతరులను ముంచాలన్నఆలోచనలు

The thought of drowing others

– Vishn Deva

धोका

మోసం

Cheating

– Vishn Deva

बुरा करना

చెడు చేయడం

Doing bad

– Vishn Deva

मा पर असभ्य

తల్లి పట్ల అసభ్యం

Abuse on mother

– Vishn Deva

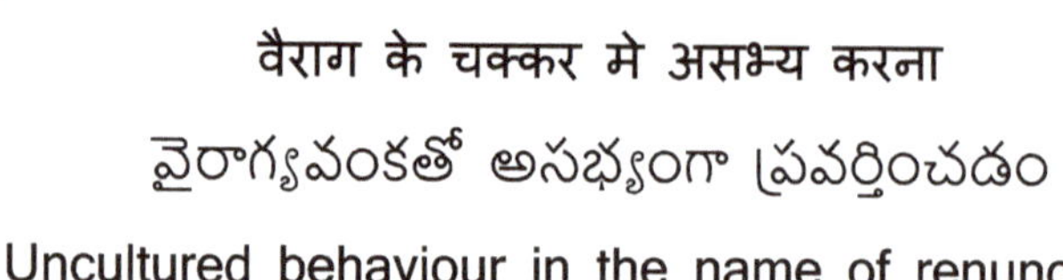

वैराग के चक्कर मे असभ्य करना

వైరాగ్యవంకతో అసభ్యంగా ప్రవర్తించడం

Uncultured behaviour in the name of renunciation

— Vishn Deva

सताके फैदा उठाना

శతాయించి లబ్ధి పొందడం

Getting benefitted by troubling

— Vivekananda Deva

कुछ शब्द का अर्थ
కొన్నిపదాలకు అర్థాలు
Meanings of some words

परुवु प्रतिष्ठा को मानने के बिना बात करना, नंगा करना

ప(రువు పతిష్టలు పట్టించుకోకుండా మాట్లాడటం నగ్నంగా చేయడం

Speaking without considering honors and reputation is making nude

— Vishn Deva

परुवु प्रतिष्ठा माने नाम का मोल

ప్రరువు పతిష్ట అంటే పేరుకు వున్నవిలువ

Honors and reputation mean value of the name

— Vishn Deva

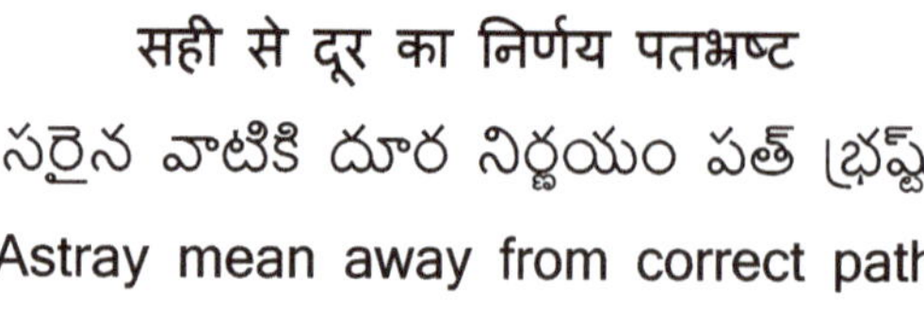

सही से दूर का निर्णय पतभ्रष्ट

సరైన వాటికి దూర నిర్ణయం పత్ బ్రష్ట్

Astray mean away from correct path

— Vishn Deva

मै ही, देव से ज्यादा मानना अहम है

నేనే, దైవం కంటే ఎక్కువగా అనుకోవడం అహం

Considering Myself and greater than god is arrogance.

— Shiv Deva

सच से दूर का निर्णय कर्म है

సత్యానికి దూరమైన నిర్ణయాన్నికర్మ అంటారు

Decisions away from truth are known as karma

— Vishn Deva

मन को समझना दिल का प्रेम है

మనస్సును అర్థం చేసుకోవడం మానసిక ప్రేమ అంటారు

Understanding dill is love of dill

— Vishn Deva

समय निकालना दिल का प्रेम है

సమయాన్నివెచ్చించడం మానసిక్ర పేమ అంటారు

Spending time is known as dill love

— Vishn Deva

समान मानना प्रेम है

సమానంగా భావించడ౦్ర పేమ అంటారు

Equality is known as love

— Shiv Deva

दुख देने के बिना रहना दया है

దుఃఖాన్నిఇవ్వకుండా ఉండటం దయ అంటారు

Not giving sorrows is kindness

— Shiv Deva

दया का पताका स्थाई करुण है, अच्छे करना

దయ పతాక స్థాయి కరుణ, మంచి చేయడం

Fullest of kindness is mercy, doing good

— Shiv Deva

समान मानना प्रेम है

సమానంగా భావించడం ప్రేమ

Equality is love

— Shiv Deva

दया, प्रेम, करुण अच्छाई है

దయ, కరుణ, ప్రేమ ను మంచితనం అంటారు

Kindness, mercy and love is known as goodness

— Shiv Deva

जो नहीं है वो मानना मूर्ख है

ఏది లేదో అది నమ్మేవారిని మూర్ఖుడు అంటారు

Considering what is not present is fool

— Shiv Deva

जो नहीं छोड़ना वो छोड़ना मूर्ख है

ఏది వదలకూడదో అది వదిలేవారిని మూర్ఖుడు అంటారు

Leaving what should not leave is fool

— Shiv Deva

सच को विस्मरण करके जो नहीं है वो मानना शक है

సత్యాన్నివిస్మరించి ఏది లేదో అది నమ్మడం
అనుమానం అంటారు

Believing what does not exist by ignoring truth
is suspicion

— Vishn Deva

स्वार्थ माने खुद के लिए मौलिक के बिना

స్వార్థం అంటే మౌలికం కాకుండా సొంతానికి

Apart from basic needs, considering for self is
selfishness

— Shiv Deva

विरोधी भाव को द्वेष कहते है

విరోధి భావాలను ద్వేషం అంటారు

Enemity feelings are known as hatred

— Shiv Deva

विरुद्ध भाव को क्रोध कहते है

విరుద్ధ భావాన్నికోధం అంటారు

Strong feeling of against is anger

— Shiv Deva

तुलने से आये सो बुरा, प्रतिकूल भाव ईर्षा है

పోల్చడం తో వచ్చిన చెడు, ప్రతికూల భావాన్నిఈర్ష్యఅంటారు

Bad, negative feeling got out of comparing is jeloucy

— Shiv Deva

द्वेष पूरित भाव से तुलना असूय

ద్వేషపూరితమైన భావనతో పోల్చడం అసూయ

Comparing with hatred is jealousy

— Shiv Deva

पैशाचिक आनंद माने दुसरेको रुलाके आनंद पाना

పైశాచిక ఆనందం అంటే ఇతరులను ఏడిపించి
ఆనందాన్నిపొందడం

**Satanic delight mean being happy
from others sorrows**

— Shiv Deva

बुरे मे जिद्द बनना राक्षस प्रवर्तन

చెడులో మొండితనన్నీరాక్షస్ల పవర్తన అంటారు

**Being stubborn in bad is known as rakshasa
pravarthana**

— Shiv Deva

भविष्य का कल्पित चिंतन अपोह है

కల్పితమైన భవిష్యచింతన అపోహం

False thinking of future is apoh

— Vishn Deva

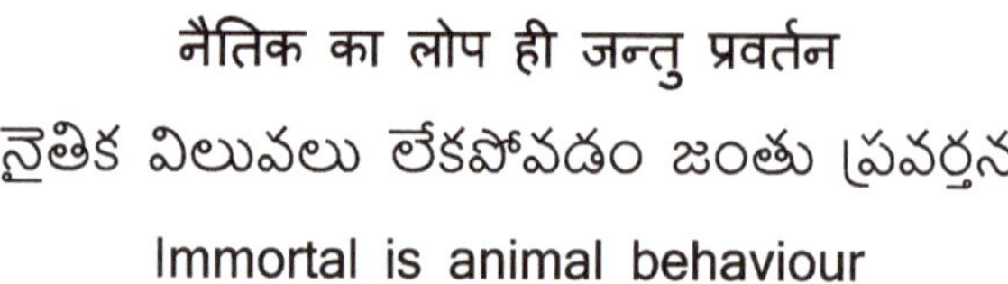

नैतिक का लोप ही जन्तु प्रवर्तन

నైతిక విలువలు లేకపోవడం జంతు ప్రవర్తన

Immortal is animal behaviour

— Shiv Deva

आपद धर्म माने कुछ धर्म को बचानेकेलिए
एक धर्म को छोड़ना

ఆపద్ధర్మం అంటే కొన్నిధర్మాలను కాపాడటానికి
ఇంకో ధర్మాన్నివదలడం

Leaving one dharma to save other dharmas is
known apaddharm hi

— Vishn Deva

बुरा करने से दुष्ट कहते है

చెడు చేసే వారిని దుష్టులు అంటారు

Doing bad is known as bad person

— Vivekananda Deva

बुरे को अच्छे समजने वालेको राक्षस कहते है।

చెడును మంచి అనుకునేవారిని రక్షసులంటారు.

Person who is treating bad as good
are known as rakshas

— Vivekananda Deva

ज्ञान से देकने, चलाने वाले को गुरु कहते है

జ్ఞానంతో చూసేవారిని, నడిపించేవారిని
గురువు అంటారు

Person who looks, drives others with
knowledge is known as guru

— Vishnu Deva

सच पहचानने के लिए मूल कारण पता करना

సత్యాన్ని గుర్తించడానికి మూలకారణం కనుక్కో

To recognize truth, find the core reason

— Vivekananda Deva

अलौकिक मे आदमी को पकड़ के जीने वाले राक्षस है

అలౌకికంలో మనుష్యులను పట్టుకొని జీవించే వారిని రక్షసులంటారు

In aloukik, Person living by holding human are known as rakshas.

— Vishn Deva

अलौकिक मे देव को सताने वाले राक्षस है

అలౌకికంలో దేవుడిని సతాయించే వారిని రక్షసులంటారు

In aloukik, Who are troubling god are known as rakshas

— Vishn Deva

अहम से जीने वालेलों राक्षस कहथे है

అహంతో జీవించేవారిని రక్షసులంటారు

Living with arrogance are known as rakshas.

— Vishn Deva

अलौकिक मे बुरे को अच्छे समजने वालेको राक्षस कहथे है

అలౌకికంలో చెడును మంచి అని అర్థం చేసుకునే వారిని రక్షసులంటారు

In aloukik, Treating bad as good are known as rakshas

— Vishn Deva

अलौकिक मे सच को असच करने वालेको राक्षस कहथे है

అలౌకికంలో సత్యాన్ని అసత్యం చేసే వారిని రక్షసులంటారు

In aloukik, Person who is making truth as false are known as rakshas.

— Vishn Deva

तरीके से दिनचर्य
పద్ధతితో దినచర్య
Daily routine in method

ब्रह्म देव ने स्वयम मू से बोलेसो तरीके

బ్రహ్మదేవుడు స్వయం నోటితో చెప్పిన పద్ధతులు

Brahma god has spoken the methods from his
own words

नींद से उठते ही दैव का स्मरण करना

నిద్ర లేవగానే దేవుడిని తలచుకోవడం

Taking the name of god when you wake up

नींद से उठते ही पानी से चेहरा धोना

నిద్ర లేవగానే నీళ్ళతో ముఖం కడగడం

Cleaning the face with water when you wake up

नींद से उठते ही घर वाले को अभिवादन करना

నిద లేవగానే ఇంట్లో వాళ్ళకు శుభాకాంక్షలు తెలపడం

Greetings the family members when you wake up

कालकृत्य करने के पहले पिंगानी मे पानी डालना

కాలకృత్యాలకు ముందు పింగాణిని తడపడం

Pouring water on Porcelain toilet before amblition

कालकृत्य के बीच मे पिंगानी मे पानी डालना

కాలకృత్యాలకు మధ్యలో పింగాణిలో నీరు పోయడం

Pouring water in the middle of amblitions

कालकृत्य पूरा करना

కాలకృత్యాలను ముగించడం

Finishing amblitions

कालकृत्य के बाद, हाथ साबून से धोना,
पाव पानी से धोना है

కాలకృత్యాలు ముగించిన తర్వాత చేతులు సబ్బుతో,
కాళ్ళునీరుతో కడగాలి

After finishing amblitions, washing hands
with soap, and legs with water.

योगा, व्यायाम करना

యోగా, వ్యాయామం చేయడం

Doing yoga or excercise

वार्ता वाहिन पढ़ना

వార్తా వాహినిని చదవడం

Reading news paper

पानी नहाना

స్నానం చేయడం

Taking bath

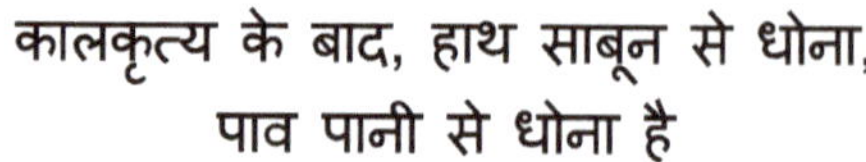

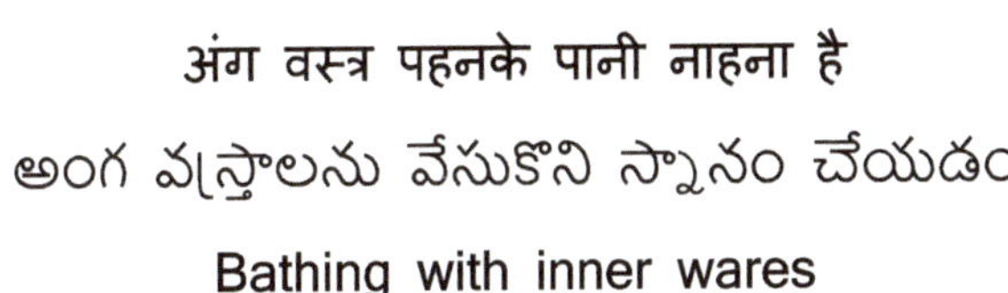

अंग वस्त्र पहनके पानी नाहना है

అంగ వస్త్రాలను వేసుకొని స్నానం చేయడం

Bathing with inner wares

स्नान मे पहले सर, चहरा, देह को शुद्ध करना

స్నానం చేయడం లో మొదట తల, ముఖం దేహాన్ని శుద్ధి చేసుకోవడం

During bath, cleaning the head, face and body

स्नान होते ही अंगवस्त्र को धोना

స్నానానంతరం అంగ వస్త్రాలను కడగడం

Washing inner wares after bath

इसके बाद हाथ धोना

తర్వాత చేతులు కడగడం

Washing hands after this

देह को पोंछलेना

శరీరాన్నితుడుచుకోవడం

Rubbing the water on body

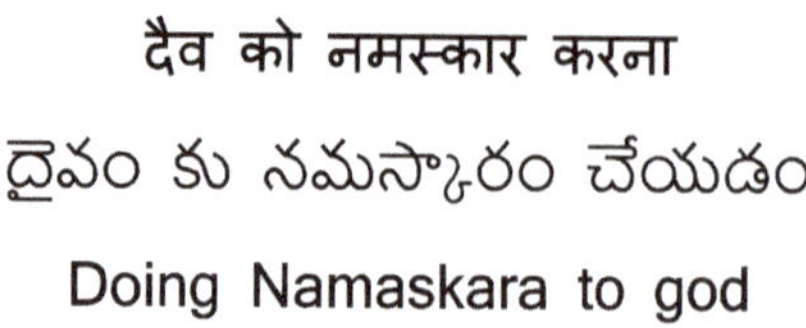

दैव को नमस्कार करना

దైవం కు నమస్కారం చేయడం

Doing Namaskara to god

दैव का नमस्कार दोनों हाथ जोड़ के करना

దైవం కు రెండు చేతులు జోడించి నమస్కారం చేయడం

Doing namaskara to god with two hands together

कपड़े पहनना

బట్టలు వేసుకోవడం

Wearing clothes

पूजा विधान से करना, वेद मे बोलेसो जैसा

పూజ వేదం లో చెప్పిన విధంగా చేయడం

Doing Puja as illustrated in veda

टिफ़िन के पहले हाथ धोना

టిఫిన్ కు ముందు రెండు చేతులు కడగడం

Cleaning hands before having tiffen

टिफ़िन खानेके पहले दैव का स्मरण करना

టిఫిన్ కు ముందు దైవస్మరణ చేయడం

Taking the name of god before having tiffen

दाये हाथ से खाना

కుడి చేతితోనే తినడం

Eating with right hand only

टिफ़िन के बाद भी हाथ धोना

టిఫిన్ తిన్నతర్వాత చేతులు కడగటం

Cleaning hands after having tiffen

पानी पीना

నీరు త్రాగడం

Drinking water

प्लेट धोना

కంచం కడగడం

Cleaning the plate

सही समय मे नौकरी मे जाना

సరైన సమయంలో ఉద్యోగానికి పోవడం

Going to office at right time

नौकरी मे आते ही दैव का नाम लेना

ఉద్యోగానికి రాగానే దైవ స్మరణ చేయడం

Taking the name of god when you enter office

नौकरी साथ वाले, उच्छ स्थाई वालेको अभिवादन बोलना

ఉద్యోగంలో తోటి వారికి, ఉన్నత స్థాయి వారికి శుభాకాంక్షలు తెలపడం

Greeting colleagues and superiors in office

नौकरी का विधि विधान का पालन करना

ఉద్యోగంలో విధి విధానాలు పాటించడం

Following office rules and regulations

नौकरी मे उच्छ स्थाई वाले पर सम्मान दिखाना

ఉద్యోగంలో ఉన్నత స్థాయి వారిని గౌరవించడం

Respecting superiors in office

नौकरी मे समय होतेही काम पूरा करके निकलना

సమయం అవ్వగానే, పని పూర్తి చేసి వెళ్ళడం

Finishing the work before leaving the office

दोपहर खानेके पहले ही हाथ, चहरा, पाव धोना

మధ్యాహ్నం భోజనానికి ముందు చేతులు, ముఖం, కాళ్ళుకడగటం

Washing hands, face and feet before lunch

दोपहर खानेके पहले दैव का स्मरण करना

మధ్యాహ్నం భోజనానికి ముందు దైవ స్మరణ చేయడం

Taking the name of god before lunch

दाये हाथ से खाना

కుడి చేతితోనే తినడం

Eating with right hand only

खाने के बाद भी हाथ धोना

భుజించిన తర్వాత చేతులు కడగటం

Washing hands after having lunch

पानी पीना

నీరు త్రాగడం

Drinking water

दोपहर सोना मना है

మధ్యాహ్నం నిద్ర నిషిద్ధం

Nap after lunch is not allowed

फिर नौकरी मे जाना

మళ్ళీఉద్యోగానికి వెళ్ళడం

Going to office again

ऊपर बोलेसो नौकरी का तरीके का पालन करना

ఇంతకు ముందే చెప్పిన ఉద్యోగ విధానాలు
పాటించడం

Following the same methods as discussed earlier

नौकरी मे समय होते ही घर आना

సమయం అవ్వగానే ఇంటికి వెళ్ళడం

Going home after office hours

घर आते ही हाथ, चहरा, पाव धोना

ఇంటికి రాగానే చేతులు, ముఖం, కాళ్ళుకడగడం

Washing hands, face and feet after coming home

थोड़ा आराम करना

కొద్దిగా విశ్రాంతి తీసుకోవడం

Taking rest for a while

रात मे खाने के पहले दैव का स्मरण करना

రాత్రి భుజించే ముందు దైవ స్మరణ చేయడం

Taking the name of god before dinner

रात मे थोड़ा कम खाना

రాత్రి కొద్దిగా తినడం

Having light dinner

रात मे सोनेके पहले दैव का स्मरण करना

రాత్రి నిదించక ముందు దైవ స్మరణ చేయడం

Taking the name of god before sleep

दैव परीक्षा करने के विधान
దైవం పరీక్షించు విధానం
God testing methods

अहम पे न जाने का परिक्षा

అహానికి పోగలమా లేదా అనే పరీక్ష

Test for not choosing aham

प्रेम से राहने का परिक्षा

ప్రేమతో ఉండగలమా లేదా అనే పరీక్ష

Test for choosing love

गॉलिया न देना का परिक्षा

బూతులు తిట్టకుండ పరీక్ష

Test for not scouldings

नहीं सताने का परिक्षा

సతాయించకుండ ఉండే పరీక్ష

Test for not Troubling

विलीन

విలీనం

Merged

www.ingramcontent.com/pod-product-compliance
Lightning Source LLC
Chambersburg PA
CBHW042118150726
48005CB00026B/24